For Anna
M.W.

For Sebastian,
David & Candlewick
H.O.

Published by arrangement with Walker Books Ltd, London

Dual language edition first published 2006
by Mantra Lingua
Global House, 303 Ballards Lane, London N12 8NP
http://www.mantralingua.com

Text copyright © 1991 Martin Waddell
Illustrations copyright © 1991 Helen Oxenbury
Dual language copyright © 2006 Mantra Lingua
Vietnamese translation by Nguyen Thu Hien & Ben Lovett

THIS BOOK
BELONGS TO:

_____

_____

_____

mantra lingua

Chủ trang trại Vịt

FARMER DUCK

written by
MARTIN WADDELL

illustrated by
HELEN OXENBURY

mantra lingua

Có một chú vịt không may mắn ở với ông chủ trang trại già và lười biếng.
Chú vịt làm mọi việc. Ông chủ trang trại thì ngủ suốt cả ngày.

There once was a duck who had the bad luck to live with a lazy old farmer.
The duck did the work.
The farmer stayed all day in bed.

Chú vịt lùa đàn bò về từ cánh đồng.
"Công việc thế nào?" ông chủ trang trại hỏi.
Chú vịt trả lời,
"Quạc!"

The duck fetched the cow from the field.
"How goes the work?"
called the farmer.
The duck answered,
"Quack!"

Chú vịt dẫn đàn cừu về từ trên đồi.
"Công việc thế nào?" ông chủ trang trại hỏi.
Chú vịt trả lời,
"Quạc!"

The duck brought the sheep from the hill.
"How goes the work?" called the farmer.
The duck answered,
"Quack!"

Chú vịt cho những con gà mái vào chuồng.
"Công việc thế nào?" ông chủ trang trại hỏi.
Chú vịt trả lời,
"Quạc!"

The duck put the hens in their house.
"How goes the work?"
called the farmer.
The duck answered,
"Quack!"

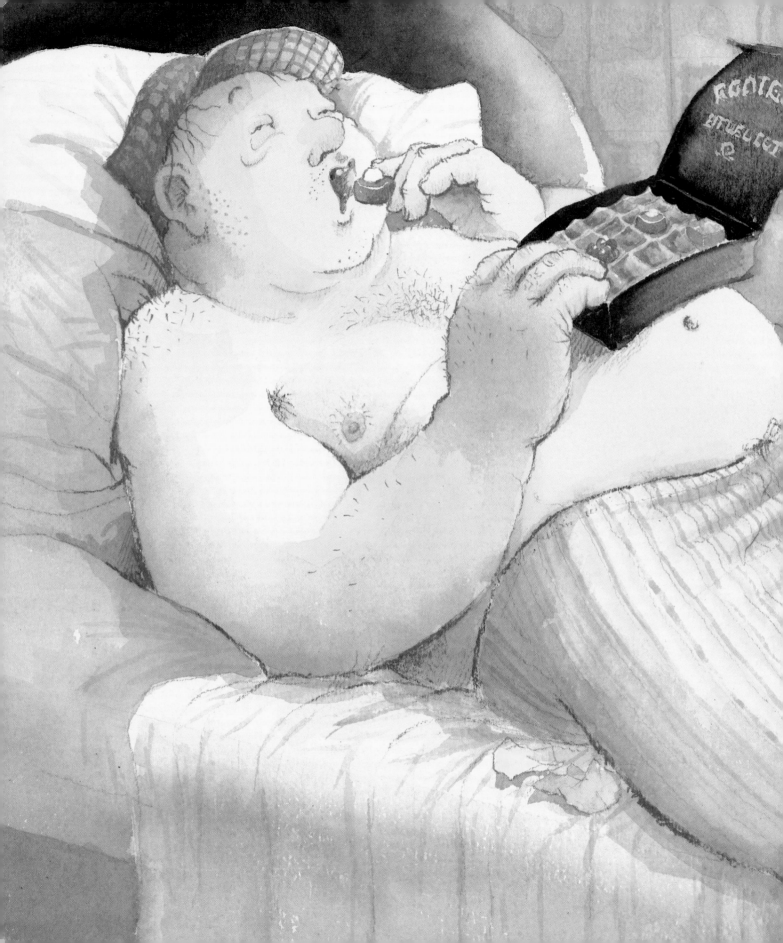

Ông chủ trang trại trở nên béo phì vì ngủ nhiều
và chú vịt đáng thương trở nên chán ngấy với
việc cứ phải làm suốt cả ngày.

The farmer got fat through staying in bed
and the poor duck got fed up
with working all day.

"Công việc thế nào?"
"QUẠC!"

"How goes the work?"
"QUACK!"

"Công việc thế nào?"
"QUẠC!"

"How goes the work?"
"QUACK!"

"Công việc thế nào?"
"QUẠC!"

"How goes the work?"
"QUACK!"

"Công việc thế nào?"
"QUẠC!"

"How goes the work?"
"QUACK!"

"Công việc thế nào?"
"QUẠC!"

"How goes the work?"
"QUACK!"

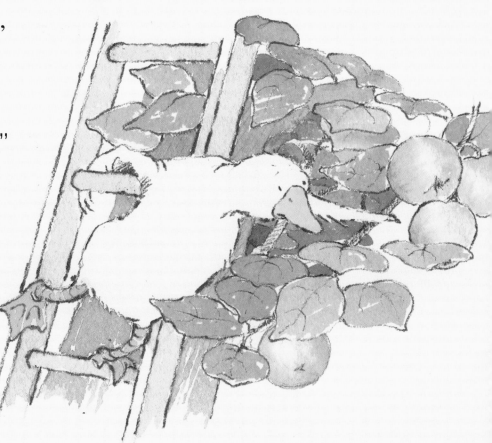

"Công việc thế nào?"
"QUẠC!"

"How goes the work?"
"QUACK!"

Chú vịt đáng thương buồn ngủ
và muốn khóc và mệt mỏi.

The poor duck was sleepy
and weepy
and tired.

Gà mái và bò và cừu trở nên rất buồn rầu.
Chúng yêu thương chú vịt. Vì thế chúng tổ
chức một cuộc họp dưới trăng và chúng bày
ra kế hoạch cho buổi sáng ngày hôm sau.

"OÒ!" bò nói.
"BE E!" cừu nói.
"QUÁC!" gà nói.
Và ĐÓ là kế hoạch!

The hens and the cow
and the sheep got very
upset.
They loved the duck.
So they held a meeting
under the moon and
they made a plan
for the morning.

"MOO!" said the cow.
"BAA!" said the sheep.
"CLUCK!" said the hens.
And THAT was the plan!

Vừa vào trước buổi bình minh và sân trang trại vẫn còn im lìm.
Bò và cừu và gà bò qua cửa sau và vào trong nhà.

It was just before dawn and the farmyard was still.
Through the back door and into the house
crept the cow and the sheep and the hens.

Chúng len lén qua phòng
đại sảnh. Chúng rung cầu
thang kêu lên cọt kẹt.

They stole down the hall.
They creaked
up the stairs.

Chúng chui xuống dưới giường của ông chủ trang trại và luồn lách xung quanh. Chiếc giường bắt đầu bị rung chuyển lên xuống và ông chủ trang trại tỉnh giấc và ông ta gọi lên, "Công việc thế nào?" và...

They squeezed under the bed of the farmer and wriggled about. The bed started to rock and the farmer woke up, and he called, "How goes the work?" and...

"OÒ!"
"BE E!"
"QUÁC!"

"MOO!"
"BAA!"
"CLUCK!"

Chúng nhâng chiếc giường của ông chủ trang
trại lên và ông ta bắt đầu quát tháo, và chúng đập
và chúng tung ông chủ trang trại lên xuống và lên
xuống và lên xuống, hất ra ngoài khỏi chiếc giường...

They lifted his bed and he started to shout, and they banged
and they bounced the old farmer about and about and about,
right out of the bed...

và ông chủ trang trại chạy trốn cùng bò và cừu và gà
oò và be e và quác xung quanh ông chủ.

and he fled with the cow and the sheep and the hens
mooing and baaing and clucking around him.

Xuống dưới đường mòn...
"Oò!"

Down the lane...
"Moo!"

xuyên qua cánh đồng...
"Be e!"

through the fields...
"Baa!"

vượt qua quả đồi...
"Quác!"

over the hill...
"Cluck!"

và ông ta không
bao giờ quay trở lại.

and he never came back.

Chú vịt tỉnh dậy và đi lạch bạch một cách mệt mỏi trong sân và đợi nghe, "Công việc thế nào?" Nhưng chẳng có ai nói gì cả!

The duck awoke and waddled wearily into the yard expecting
to hear, "How goes the work?"
But nobody spoke!

Và sau đó bò và cừu và gà quay trở về.

"Quạc?" vịt hỏi.

"Oò!" bò nói.

"Be e!" cừu nói.

"Quác!" gà nói.

Kể cho chú vịt nghe toàn bộ câu chuyện.

Then the cow and the sheep and the hens came back.

"Quack?" asked the duck.

"Moo!" said the cow.

"Baa!" said the sheep.

"Cluck!" said the hens.

Which told the duck
the whole story.

Và sau đó oò và be e và quác
và quạc tất cả chúng bắt đầu
làm việc trong trang trại.

Then mooing and baaing
and clucking and quacking
they all set to work
on their farm.

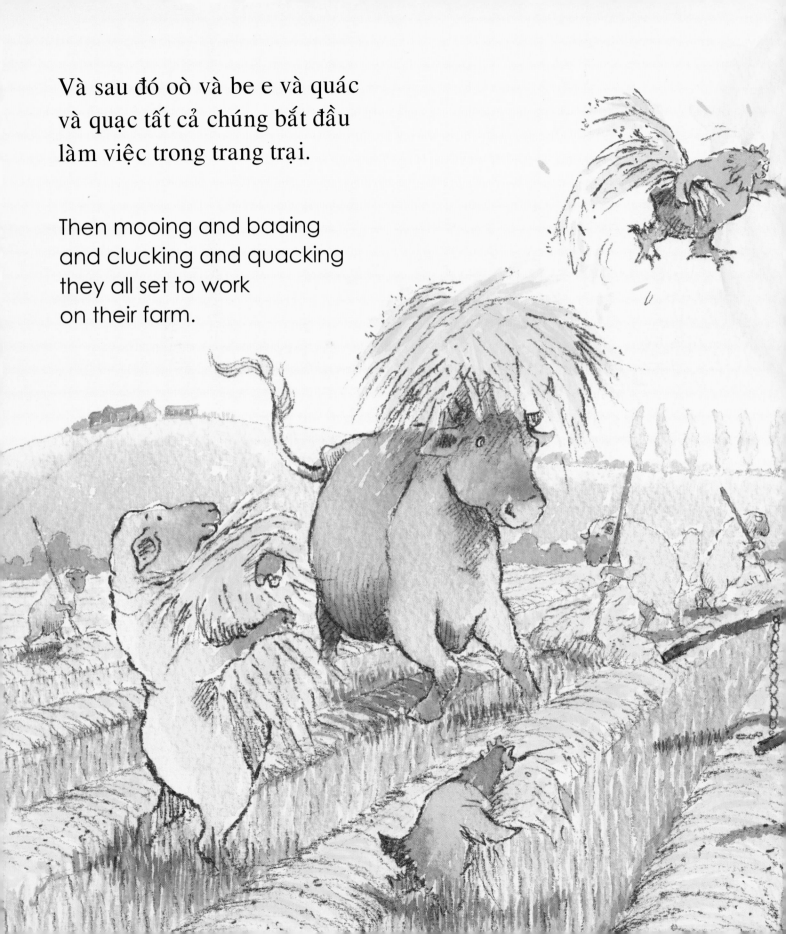

Here are some other bestselling dual language

books from Mantra Lingua

for you to enjoy.